Scattered Memories

Cát Bụi Thời Gian

Giác Thanh

PARALLAX PRESS

Berkeley, California

Parallax Press
P.O. Box 7355
Berkeley, California 94707
www.parallax.org

Parallax Press is the publishing division of
Unified Buddhist Church, Inc.

Translated by Nguyen DN Tuyen, with the help of Chan Duc,
Patricia Hunt-Perry, Savi, Alissa Fleet, Dang Xuong, Gioi Nghiem,
Jeanne Anselmo, Joseph Lam, Chau Yoder, Chinh Nguyen,
Lorena Monda, Avi Magidoff, Roberta Wall, Meg Dellenbaugh,
Tuyet Cong-Ton-Nu, Lyn Fine, Leonore Fine, and many other friends.

Text design by Gopa & Ted2, Inc.
Cover design by Josh Michels
Cover art and all drawings © Orlin Mantchev

Library of Congress Cataloging-in-Publication Data

Giác Thanh, 1947-2001.
Scattered memories = Cát bụi thời gian / Giác Thanh.
     pages cm
In English and Vietnamese.
ISBN 978-1-937006-31-01. Buddhist poetry, Vietnamese.
I. Title. II. Title: Cát bụi thời gian.
PL4378.9.G445S33 2013
895.9'22134—dc23

                                                                        2012047868

1 2 3 4 5 / 17 16 15 14 13

Contents

Lói Nói Đầu 6

Foreword 7

Introduction 9

Những Bài Thơ Đầu Đời

The First Poems of Life

Khóc Quê Hửởng 12

Tears for My Homeland 13

Quang Trung 14

Quang Trung 15

Mẹ 16

Mother 17

Lưu Lạc 16

Wandering 17

Độc Ẩm 18

Enjoying Tea Alone 19

Mộng Vàng Hoa

A Yellow Flower Dream

Mộng Vàng Hoa 22

A Yellow Flower Dream 23

Bếp Lửa Vườn Cau 26

The Hearth in the Areca Garden .. 27

Núi Đá 28

Rocky Mountain 29

Xuân Trong Tù 30

Spring in Prison 31

Một Cành Mai 32

A Branch of Plum Blossoms 33

Bếp Lửa Vườn Cau 34

The Hearth in the Areca Garden .. 35

Giang Hồ 36

Wandering 37

Điêu Linh 36

Misery 37

Độc Ẩm 38

Drinking Tea Alone 39

Chiều Xuống 38

Sunset 39

Chết 40

Dying 41

Nhẹ Bước	Gentle Steps

Mời Vào 44	*Please Come In* 45
Một Bình Trà 44	*A Pot of Tea* 45
Đường Thiên Nhiên . . .46	*A Nature Path* 47
Nhẹ Bước 48	*Gentle Steps* 49
Áo Mỏng 50	*A Thin Robe* 51
Màu Hoa Rụng 52	*The Colors of a Fallen Flower* 53
Cổng Mây 54	*Cloud Gate* 55

Thông Điệp Xuân	A Spring Message

Cô Thược Dược 58	*Miss Dahlia* 59
Thấu Thể 60	*Deep Understanding* *of True Nature* 61
Tuyên Ngôn 62	*Proclamation* 63
Ca Hát Tiễn Đưa 64	*Farewell Song* 65
Tiêu Dao 66	*Being Free* 67
Vô Tướng 68	*Formless Samadhi* 69
Khai Bút 70	*First Writing of the New Year* 71
Thật Ấn 72	*True Seal* 73
Sống Chết 74	*Life and Death* 75
Vô Đề 76	*Untitled* 77
Tiếng Hét 76	*Shout* 77
Ngày Hội Cá 78	*Fish Festival* 79
Đi Về 80	*Going Home* 81
Tưởng Túc 82	*Interbeing* 83
Niềm Vui 82	*Happiness* 83

Mắt Em	84	Your Eyes	85
Bình An	84	Tranquility	85
Xỏa Tóc	86	Letting Your Hair Down	87
Rặng Liễu Bờ Sông	88	Willow Trees by the River	89
Mùa Đông	90	Winter	91
Một Cành Lan	92	An Orchid Stem	93
Bệnh	94	Being Sick	95
Thế Giỏi Nhất Tâm	96	The One Mind World	97
Đăng Quang	98	Illumination	99
Đăng Quang	100	Illumination	101
Đối Thủ	102	Beginning the Three-Month Retreat	103
Thông Điệp Xuân	104	Spring Message	105
Niêm Hoa	108	Holding a Flower	109
Bão Nổi	108	Storm Rage	109
Ấn Tâm	110	Mind Seal	111
Ánh Sáng Của Mùa Đông	112	Light of Winter	113
Tri Ân	114	Gratitude	115
Mùa Thu	116	Autumn	117
Liễu Ngộ	118	Enlightenment	119
		Love	121

Tiểu Sử Tác Giả	133	Biography of the Author	123

Lời Nói Đầu

Theo lời yêu cầu của một người bạn rất thân và rất thương mến chúng tôi, chúng tôi xin ghi lại những bài thơ chúng tôi đã làm từ hơn 30 năm qua.

Là một tu sĩ chứ không phải là một thi sĩ chuyên nghiệp, nên những bài thơ ở đây ghi lại những tình cảm, xúc động, cảm giác và những hiểu biết cả ngoại giới lẫn tâm linh, theo từng tình trạng, qua những giai đoạn khác nhau của sự sống. Chúng tôi muốn ghi lại thật trung thực, càng trung thực chừng nào càng tốt chừng đó. Vì vậy những bài thơ được làm từ trước đến nay chúng tôi xin ghi lại hết, không có sự dấu diếm, vì con người như là một con người nguyên vẹn, có những tự do, hạnh phúc, an lạc, mà cũng có những ràng buộc, khổ đau, đắm lụy, phiền muộn là điều rất dĩ nhiên.

Những bài thơ trong hơn 30 năm qua tạm chia thành bốn tập nhỏ:

Những Bài Thơ Đầu Đời
Mộng Vàng Hoa
Nhẹ Bước
Thông Điệp Xuân

Đây là một niềm vui rất lớn đối với chúng tôi khi được chia xẻ những tâm tình của mình cùng với bạn bè.

Xin cảm tạ tất cả đã góp phần làm nên tập thơ này.

Giác Thanh
Dã Hạc
Phù Vân cốc, Làng Mai
Những ngày đầu hạ năm 2000

Foreword

Following the suggestion of a close friend, a person who respects and loves me very much, I recorded all the poems I have written over the past thirty years.

As a monk and not a professional poet, my poems express my love, emotions, feelings, and my understanding of both the material and spiritual worlds at different stages in my life. I wanted to record them as truly as possible. Therefore, all poems have been recorded, not even one has been eliminated. As a complete human being, I have experienced freedom, happiness, peace, but I have also had attachments, sufferings, passions, and sadness. This is very natural.

The poems written in the last thirty years can be classified into four chapters:

The First Poems of Life
A Yellow Flower Dream
Gentle Steps
A Spring Message

It is a great joy to share my deep thoughts and feelings with all of you.

I wish to thank everyone who has contributed to making the publication of this book possible.

Giác Thanh
Dã Hạc
Floating Cloud Hut, Plum Village
Beginning of Summer 2000

Introduction

Walking With Thay Giác Thanh

Seeing Thay Giác Thanh walking slowly in meditation on green grasses along the Hudson River . . . Each grass blade coated with blue-white dew, sparkling in morning light—tiny lamps lighting the way . . . Foot rising, tiny lamps . . . Footstep returns gently to earth . . . For a moment each step on dew-drenched grass holds the shape of his footstep, then dew and footprint melt into earth.

As dewy footsteps on grass melt and turn to water, so these poems, offered by Thay Giác Thanh, the peaceful one, melt into us. We do not need to hang on to them or memorize them. These poems are experienced in the present moment, and then melt into the ground of our beings, nourishing us as water nourishes the earth.

These poems share simply and honestly spiritual life, material life, happiness, suffering, joy, peace, and illness. Thay Giác Thanh's journey flows through the seasons of his life.

We can let these footstep-poems melt into our being, nourishing the seeds of deep understanding. Thay Giác Thanh, was the least busy person I have ever known. He taught deeply through his gentle presence. As he offered, "On your way, please remember the bright moon that shines in the cloudless sky" and "Whoever understands true emptiness is clear about what I say."

Chân Bäo Châu
Patricia Hunt-Perry
Newburgh, New York
November 2004

Những Bài Thơ Đầu Đời

Những bài thơ đầu đời được viết trong hoàn cảnh
chiến tranh khốc liệt nhất.

The First Poems of Life

These first poems of my life were written during the most
intense period of war.

Khóc Quê Hương

Quê hương ơi có những đêm dài lặng lẽ
Ta nằm đổ lệ khóc thương mi.
Quê hương ơi ngươi có tội tình chi
Để lũ quỷ đem mi ra dày xéo,
Chẳng xót, chẳng thương,
Chẳng nghĩ đến tình người?
Chúng bán mi cho loài quỷ vương.
Ta thương mi ta mua lại bằng xương máu,
Bằng khối óc, bằng con tim
Và bằng cả xác thân này.
Xác thân dù hóa thành tro bụi,
Nguyện trải đường đi đến thái hòa.

1967

Lớn lên trong lúc quê hương xảy ra cuộc chiến tranh đẫm lệ, đẫm máu và khốc liệt nhất trong lịch sử Việt nam. Là một người con trai trong tình trạng đó, đêm đêm nghe tiếng súng đạn và đại bác vọng lên trên khắp quê hương mình, nghĩ đến những bạn bè cùng lứa tuổi, những anh em Việt nam trên khắp mọi miền đất nước chết vì cuộc chiến tranh phi lý do những thế lực ngoại bang tạo ra, trong lòng người thanh niên mới lớn dậy lên một niềm thương xót quê hương mình.

Tears for My Homeland

Oh my beloved homeland,
So many long quiet nights
I lay awake, crying tears of love for you.
Oh my beloved homeland,
What have you done to deserve this?
To let those demons torture you so,
Without remorse, compassion, or brotherly love.
They sold you to the Devil King.
Out of love for you
I buy you back with my own flesh and blood,
With my wisdom, my very heart,
And with my whole being.
Even if this body burns into ashes,
I vow to spread them along the road to peace.

1967

As a young man growing up in the most devastating and sorrowful war in the history of Vietnam, at nights I listened to gunfire and bombs falling, and thought about the deaths of my people in every corner because of this nonsensical war created by foreign forces. In my heart sprang a great love for my country.

Quang Trung

Quang Trung ngày trước anh hùng thế!
Đất nước bây chừ chịu nát tan.
Ai đem chí lớn gìn non nước
Ngẫm lại mà xem kẻo ngỡ ngàng.

1969

Bài thơ nhỏ này được cảm tác sau khi đọc về lịch sử người anh hùng áo vải đất Tây Sơn, Quang Trung, Nguyễn Huệ.

Quang Trung*

How heroic Quang Trung was then!
Now look at the devastation our country has to endure.
Who has the great will to care for the motherland?
Think it over, or you might regret it.

1969

*This poem was written after reading the biography of the hero
Quang Trung, Nguyễn Huệ, from Tây Sơn village.*

*Quang Trung (1753-1792) and his two brothers led the Tây Sơn insurrection in
1788. They overthrew the rule of the Trinh and Nguyen feudal lords and of the Le
kings, and restored national unity. They also defeated about 50,000 Siamese and
290,000 Qing invaders and safeguarded national independence.

Mẹ

Với mẹ người ơi êm đềm lắm!
Cuộc đời tôi sóng gió dậy mười phương.
Kể từ khi vào cuộc tan thương
Tôi buông cả hai tay tàn vọng ước.

1970

Lửu Lạc

Gương mặt xương xương rám nắng hồng
Đã từng lưu lạc khắp tây đông,
Bây chừ người ấy là sư cụ
Nay ở Chân Không nhớ nắng hồng.

1975

Chưa lửu lạc mà đã nghĩ tới chuyện lửu lạc, chưa lửu lạc mà đã nghĩ đến gương mặt xưởng xưởng rám nắng hồng, bài thở này được làm tại thiền viện Chân Không.

Mother

With you, Mother, it is so peaceful!
In my life, storms rage up in ten directions.
From the time I faced the devastation,
I have dropped my hands; my dreams shattered.

1970

Wandering

Slender face tanned by glorious sunshine,
In the past, he wandered east and west.
Now revered elder,
Dwelling in True Emptiness,
He still remembers the glorious sunshine.

1975
*Having not yet drifted but already thinking of drifting; having not
yet wandered but already thinking of having a tanned face, I wrote
this poem at True Emptiness Monastery.*

Độc Ẩm

Cư nhân gian thượng
Hữu ngã độc ẩm
Tam thập niên mộng
Duy nhất trà bình

Lời Việt:

Uống Chơi Một Mình

Làm người sống ở trên đời
Có tôi, tôi biết uống chơi một mình.
Ba mươi năm mộng phù sinh,
Bạn bè khuya sớm một bình trà thôi.

1976
Một sáng thức dậy trước khi ngồi thiền, chúng tôi ra giếng múc nước để nấu trà. Sương lạnh, nghĩ đến những bạn bè ở xa, nghe lòng dậy lên một niềm cô đơn nhè nhẹ.

Enjoying Tea Alone

Existing in this life,
I know how to enjoy tea alone.
Thirty years, a dream gone by,
Day and night, the little pot of tea is my only friend.

1976

Waking up one morning, before sitting meditation, I went to the well to get some water for tea. In the cold mist, thinking of friends who lived far away, I felt a slight loneliness coming up.

Mộng Vàng Hoa

Về Long Xuyên cất Ẩn Không am trong vườn cau của một người bạn
và trồng thêm nhiều mai, cúc, trúc . . . như là giai đoạn ẩn tu.
Có lẽ chính giai đoạn ẩn tu này là giai đoạn có nhiều thi vị
và cũng có nhiều sóng gió nhất.

A Yellow Flower Dream

Coming to Long Xuyên, building Ẩn Không (Dwelling In
Emptiness) hut in a friend's areca garden, planting many more
bamboos, plums, chrysanthemums . . . living as a hermit. It was
possibly the most poetic yet turbulent time.

Mộng Vàng Hoa

Ta lữ khách
Cuộc đời ta phiêu bạt.
Người thương tình đốt nến đãi trà.
Không gian êm ả, ánh nến lung linh.
Quay quần trong nhà nhỏ,
Say sưa nhìn ánh nến,
Say sưa chút hương trà.
Nhưng nến trắng chỉ còn một nửa,
Một nửa kia người đã thắp hôm qua,
Một nửa này cho ta nhờ chút sáng.

Nến tàn rồi ta phải ra đi.
Ngậm ngùi nhìn ánh nến,
Ngậm ngùi nhìn đêm tàn.
Ôi! cuộc trà sao dở dang,
Cuộc tình sao ngỡ ngàng!
Ngoài trời đầy sao sáng,
Sao giăng giăng giữa trời.
Bên hiên hàng phượng thắm
Xin trả lại cho người,
Xin giã từ chút sáng.

Ta lữ khách
Cuộc đời ta phiêu bạt.
Một ngày xa dừng lại cô thôn,
Kết cỏ làm nhà giữa vườn cây xanh biếc.
Trời trong xanh gợi hứng thêm ra,
Gầy thêm trúc biếc, trồng lại hoa vàng.
Hoa vàng mời bướm lại,
Trúc xanh gợi hồn thơ.

A Yellow Flower Dream

I am a traveler
Wandering all my life.
Out of love, you light a candle and offer me tea.
Being together in the little house,
Cozy atmosphere, dancing flame,
Passionately looking at the candle light,
Passionately sipping fragrant tea.
But the white candle is only half left,
The other half you lit the day before.
I am thankful for the little light of the remaining half.

Now the candle has burned down.
I must leave.
Sadly looking at its flame,
Sadly seeing the falling night.
Oh! Unfinished tea party,
And uncompleted love story!
Outside, millions of brilliant stars
Are draped across the sky.
I leave the scarlet flame flowers in the front yard for you
And farewell to the little light.

I am a traveler
Having wandered all my life.
One day, stopping in a secluded village
Plaiting grass to make a hut among green trees.
The clear blue sky awakens deeper inspiration,
Planting more green bamboos, sowing more yellow flowers.
Yellow flowers invite butterflies.
Green bamboos inspire the poet's soul.

Ta lữ khách
Trong dặm dài cát bụi.
Ta cho người trọn vẹn cả hồn ta,
Người cho ta một chút tình thơ mộng
Như nắng hồng thêm đẹp đời hoa.

Ta lữ khách
Trong cát bụi thời gian dài thăm thẳm.
Hồn tưởng chừng lạc lõng giữa cồn hoang.
Một sáng nọ cồn hoang nắng dậy,
Chim gào to ta giục giã lên đường.
Đời gió cát tưởng chừng như tắm gội
Giữa trùng khơi sóng nước đại dương.

1978

'Mộng Vàng Hoa' đánh dấu một thời kỳ mơ màng, một thời kỳ lãng mạng, một thời kỳ mà sự nhẹ nhàng và sự đắm lụy đi đôi với nhau bởi vì ở đây sự mơ màng vẫn còn.

I am a traveler
On the long dusty road.
I have offered you my whole heart.
You have given me a touch of romance
Like sunshine beautifying flowers.

I am a traveler
In infinite time.
My soul seems to get lost in the desolate island.
One morning, the island awakens,
Birds shouting, rushing me on to my path.
And in the vast billowy ocean,
The dust of life is washed off.

1978

*"A Yellow Flower Dream" marked an illusive and romantic period,
a period in which gentleness and passion were side by side because
illusion still existed.*

Bếp Lửa Vườn Cau

Người đến tình cờ như cơn gió,
Cười hồn nhiên như lửa ấm reo vui.
Lời người nói như lời chim hót,
Vườn cau xanh chim hót thật vui.

1979

Ở đâu có lửa ấm reo vui là ở đó có niềm vui, có sự sống. Một buổi chiều vắng trong Ẩn Không am, nhúm lửa nấu bếp, tiếng củi khô cháy tạo ra tiếng tí tách thật vui. Có một người khách tình cờ đến thăm, người này phong điệu rất nhẹ nhàng, lanh lẹ và vui vẻ.

The Hearth in the Areca Garden

Your unexpected visit, a breeze drifting by,
Your innocent smile, pleasant crackling of warm fire.
Your voice sounded like a chorus of birdsong.
In the garden of green areca, how joyfully the birds sang.

1979

Wherever there is a fire crackling joyfully there is joy. One quiet afternoon in Ăn Không (Dwelling In Emptiness) hut while making a fire, listening to the dry wood burning and creating joyful crackling sounds, a friend made a surprise visit. This person has a gentle, quick, and happy manner.

Núi Đá

Bây chừ như tượng đá xưa
Không còn buồn tủi u sầu nữa đâu.
Trời xanh thăm thẳm một màu
Ta như đá vững ở đầu non xanh.

1979

Bài thơ 'Núi Đá' nói lên sự vững vàng của núi đá, của thiên nhiên.

'Núi Đá' cũng nói lên sự vững vàng tạm thời của tâm hồn.

Rocky Mountain

Like an old stone statue,
I am no longer pining or sad.
The sky is just one deep blue
And I am solid as a rock
On the peak of a green mountain.

1979

*The poem "Rocky Mountain" represents the solidity of mountains
and of nature. "Rocky Mountain" also expresses a temporary
solidity of the mind.*

Xuân Trong Tù

Ta nghe dáng núi thở dài,
Nghe sương trắng rụng, hoa lay gió chiều.
Kể từ chân bước vạt xiêu
Buồn thân thế quạnh tiêu điều nhân sinh.

1980

*Bài thơ này đánh dấu một giai đoạn long đong của cuộc sống. Đi du
lịch đường xa không có giấy phép nên bị bắt nhốt vào tù ba tháng
(từ cuối năm 79 đến đầu năm 80). Ngày xuân trong tù không có một
cành hoa. Nghĩ tới những cành mai rực rỡ trong những mùa xuân
lòng nghe buồn, một nỗi buồn sâu đậm mênh mông.*

Spring in Prison

Listening to mountains sigh
And white mist falling,
Flowers sway in the evening breeze.
Since the time my step faltered
Loneliness and desolation have set into my life.

1980

*This poem marked an uncertain period of my life. Because
I was traveling a long distance without a government permit,
I was stopped and imprisoned for three months (from the end of
1979 to beginning of 1980). On New Year's Day in prison, without
a branch of flowers, thinking of the beautiful spring plum blossoms,
I felt a deep and immense sadness.*

Một Cành Mai

Buổi sáng thăm nhau chút cảm hoài,
Chiều về xin bạn một cành mai.
Đem hoa sưởi ấm hồn cô lữ,
Thoang thoảng hương đời xuân sắc bay.

1980

*Cành mai này không phải là cành mai của Mãn Giác thiền sư,
cành mai của vĩnh cửu. Cành mai này là cành mai của ngày xuân,
của tình bạn. Nhưng cành mai nào không phải là cành mai của
vĩnh cửu? Gốc cây nào, hòn đá nào, ngôi sao nào, bông hoa nào . . .
không phải là của vĩnh cửu?*

A Branch of Plum Blossoms

Visiting you this morning, I was moved.
On leaving in the afternoon
I requested a plum blossom branch
For the flowers to warm a lonely wanderer's heart.
A fragrance of life floating on the beauty of spring.

1980

*This branch of mai blossoms is not the one of Zen Master Mãn Giác,
but the one of eternity. This mai branch represents New Year's Day
and a friend's love. However, which plum branch is not a branch
of eternity? Which tree, which pebble, which star, which flower . . .
is not of eternity?*

Bếp Lửa Vườn Cau

Mai này cách trở đại dương
Chắc là ta sẽ bặt đường tìm nhau.
Anh ơi bếp lửa vườn cau
Chỉ còn dư ảnh nhuốm màu thời gian!

hoặc:

Mai này cách trở đại dương
Chắc là ta sẽ bặt đường tìm nhau.
Anh ơi huyền mộng vườn cau
Chỉ còn dư ảnh nhuốm màu thời gian!

1980
Bài thơ này được làm trong những ngày sắp từ giã Ẩn Không am, vượt biên đi ngoại quốc.

The Hearth in the Areca Garden

One day we will be separated by an ocean.
We may not find each other.
My Brother, the hearth in the areca garden
Will only leave an image colored by time.

Or:

One day we will be separated by an ocean
We may not find each other.
My Brother, the beautiful dream of the areca garden
Will only leave an image colored by time.

1980

This poem was written during the days just before leaving Ấn Không hut to escape from the country by boat.

Giang Hồ

Những dòng sông bến nước đi qua,
Những cơn mưa buổi chiều và buổi sáng,
Ta bước đi giữa nắng chiều sương sớm,
Những dòng sông bốc khói
Và những đường cây xanh lá hoàng hôn.
Trên bước đường đời phiêu lãng,
Hồn ta khói mây không định hướng.

1980

Điêu Linh

Hồn đã lả giữa đôi bờ dịch hóa,
Tay ôm ghì mộng ảo vẫn chưa thôi.
Đeo đắm mãi theo dòng đời trôi nổi
Để muôn năm sầu tủi cuộc luân hồi.

1980

Wandering

Traveling past rivers and wharves
In evening and morning rains,
I have walked through afternoon and morning mist,
Journeyed down rivers covered in drifting fog,
Along roads lined with trees reflecting twilight.
On life's uncertain journey,
My soul wanders aimlessly as a cloud.

1980

Misery

Soul is weary of the changing world,
Yet hands hold tightly on to illusions,
Clinging to life's ups and downs
To suffer for thousands of years
In the cycle of birth and death.

1980

Độc Ẩm

Ta lữ khách hiên mai ngồi độc ẩm,
Hương trà quyện, khói vờn bay.
Xa xa lụa trải dòng sông vắng.
Nắng đã lên rồi xua lạnh hiên mai.

1981

Chiều Xuống

Chiều ngã bóng, hồn bơ vơ tìm bến đỗ,
Bước phiêu linh đời lả mộng lâu rồi.
Cây rũ bóng cạnh đường như muốn đổ,
Chặn đường quê cành lá hắt hiu sầu.

1981

Drinking Tea Alone

A traveler, I sit alone drinking tea on the veranda,
The tea fragrance rises, its steam wafting gently.
From far away, the still river unfurls its silk surface.
The sun has risen, warming the veranda.

1981

Sunset

Sun setting, lonely soul looking for a refuge,
Wandering aimlessly
I have long grown tired of illusion.
Along the country road,
Branches hang down limply,
Leaves are deeply sad.

1981

Chết

Thơ cũng chết,
Tình muôn năm rồi cũng chết.
Khói mây bay mờ mịt một khung trời.
Trong cuộc lữ ta có hồi lận đận,
Rồi cũng có ngày rũ sạch nợ trần ai.

1983

Dying

Poems will die.
Ten-thousand-year-long loves will also die.
Clouds swirl, obscuring the whole sky.
On life's journey, there are ups and downs
But one day I will shake free from all my worldly debt.

1983

Nhẹ Bước

Tác giả may mắn được gặp Thầy của mình nên hầu hết những bài thơ trong giai đoạn này ghi lại kinh nghiệm thiền hành, kinh nghiệm của những bước chân thật tỉnh táo, thật nhẹ nhàng.

Gentle Steps

I was fortunate to meet my teacher. Most of the poems in this period express the experience of walking meditation, of mindful and gentle steps.

Mời Vào

Bước chân nào in trên tuyết
Một chiều vắng trên đồi đông
Đường thế gian hay niết bàn?
Nào ai biết?
Bạn thiền ơi, xin mời vào
Cùng tôi bước
Thật tỉnh táo, thật nhẹ nhàng.

1983

Một Bình Trà

Ta về châm một bình trà
Rót mừng trời đất, gọi mời hư không.
Ngày sau cuộc sống đổi thay,
Rót thêm chén nữa ư . . . ư . . . hà . . . hà!

1983

Please Come In

Still afternoon.
On winter hills, whose footprints appear on the snow
Leading to nirvana or samsara?
Who knows?
Dear friends of the Dharma, please come in.
Walk with me
Fully awake, truly free.

1983

A Pot of Tea

I go home to make a pot of tea
To cheer the earth and sky
And to invite the cosmos.
Life continues to change,
I pour another cup . . . mmm . . . ahhh!

1983

Đường Thiên Nhiên

Hôm qua bước trên đường thiên nhiên,
Mỗi một bông hoa nở một thiên đường.
Hôm nay bước trên đường thiên nhiên,
Mỗi một bông hoa chỉ là một bông hoa.
Bởi vì hoa thật rõ là hoa,
Cho nên tôi thật rõ là tôi.
Tôi không cần trở thành một bông hoa
Và một bông hoa cũng không cần trở nên tôi.

1983

A Nature Path

Yesterday, walking in nature,
Each flower opened up a paradise.
Today, walking in nature,
Each flower is a flower.
Because flowers are clearly flowers,
I am clearly me.
I do not need to become a flower,
A flower does not need to become me.

1983

Nhẹ Bước

Chiều nhẹ bước
Hoa vàng, hoa tím
Chảy dài trên thảm cỏ màu xanh.
Mặt trời chưa đi ngủ, trăng đã lên cao.
Tiếng cười vang đồi núi.
Nghe đâu đây khơi dậy một hùng tâm.

1983

Bài thơ này đối với tác giả rất quan trọng; dĩ nhiên quan trọng là quan trọng đối với một người nào đó. Sau cuộc đổi đời năm 1975, nhiều người Việt nam rời khỏi quê hương có mặc cảm lưu vong, mất quê hương, dù quê hương vẫn còn đó. Trong lòng cũng có mặc cảm về sự yếu hèn của mình, nên không có được sự tự hào lớn và niềm tự tin lớn rằng mình là người Việt nam. Có lẽ tác giả cũng có tâm trạng đó.

Một chiều nọ trong những bước nhẹ thiền hành dọc theo rặng thông, tùng xanh biếc, chợt thấy trước mặt mình cả một vùng cỏ xanh với những hoa vàng, hoa tím thật đẹp. Tác giả bỗng cười vang lên. Tiếng cười đó vang động khắp núi đồi và làm cho một người bạn đứng trên lầu cao giật mình. Chính tiếng cười này đã giúp tác giả xóa tan mặc cảm hèn yếu. Tác giả chợt nhận ra rằng hễ mình có khả năng nhận ra vẻ đẹp của núi sông, đất trời, của cuộc sống con người, của tình người là mình có quyền sống hạnh phúc, có quyền ngẩng mặt lên cao để nhìn đất trời, để cất tiếng ca hạnh phúc, tiếng ca thanh bình và có quyền sống toàn vẹn như bất cứ người nào giữa trời đất này.

Gentle Steps

In late afternoon, I walk gently.
Yellow flowers, violet flowers
Are spread along the green grass carpet.
The sun has not yet set, the moon is already high.
Laughter resounds over hills and mountains.
Somehow we hear the heroic mind awakening.

1983

*This poem is very important to me. Of course, importance is
subjective. After the revolution in 1975, many Vietnamese left
their country carrying with them the complex of exodus and of
losing their country, although the country is still there. In their
heart is an inferiority complex. There is no great pride or confidence
in being Vietnamese. Perhaps I also had the same complex.*

*One afternoon, walking with gentle mindful steps along the
ridge of green pines, suddenly I saw in front of me a great field of
grass with many beautiful yellow and violet flowers. I laughed loudly.
This laughter echoed through the hills and startled a
friend on a nearby balcony. This very laughter helped me to
erase my inferiority complex. I realized that if one is able
to recognize the beauty of mountains, rivers, of the universe,
of human life, and human kindness, then one has a right to live
happily. One can hold one's head up to look at the sky, to sing
a song about happiness and peace. One also has the right to live
fully like anyone else on this planet.*

Áo Mỏng

Áo mỏng che sương lạnh
Rừng thu cây thay màu
Bước nhẹ dường mây
Ý thức sáng ngời

1983
Bài thơ này ghi lại kinh nghiệm thiền hành. Một buổi chiều cuối thu,
trời thu New York khá lạnh, lạnh hơn cái lạnh của Washington D.C.
hay cái lạnh của Paris vào mùa đông. Cây cối đổi muôn màu rực rỡ.
Tác giả đi thiền hành suốt buổi chiều hơn bốn năm tiếng đồng hồ
ngoài trời.

A Thin Robe

A thin robe, shelter from chilly fog,
In autumn forest, leaves change colors.
Walking freely as clouds,
Awareness shines clearly.

1983

This poem is about an experience of walking meditation.
One autumn afternoon it was very cold in New York. It was colder
than winters in Washington, D.C. or Paris. The leaves had changed
to thousands of bright colors. I did walking meditation outside
for more than five hours.

Màu Hoa Rụng

Một thuở vào đời
Cười cười, khóc khóc,
Một lần trông thấy màu hoa rụng
Bước lãng du chạm nhẹ đất vô cùng.
Rời dòng đời trôi nổi,
Sông kia, núi nọ.
Hồn mây trắng thật thong dong.

1984

Bài 'Màu Hoa Rụng' là bài thơ đầu tiên bằng tiếng Anh của tác giả, làm trong lần diễn thuyết đầu tiên về thiền học trong một thiền viện của người Mỹ.

The Colors of a Fallen Flower

One time entering life
Crying crying, laughing laughing,
Suddenly, seeing the colors of a fallen flower.
The traveling steps touched the eternal land.
This mountain, that river,
The soul of the white clouds
Became light and immense.

1984

The poem "The Colors of a Fallen Flower" was my first poem written in English. It was written for my first Dharma talk about Zen in an American monastery.

Cổng Mây

Cổng mây đã mở
Cho ta vào gặp em.
Tình cờ ta thấy được
Vài con chim non
Và đóa hoa rất nhỏ.
Ta quỳ trên thảm cỏ,
Cỏ non thật là xanh
Như màu xanh lá mạ.
Ta trân trọng hiến dâng em
Một nụ hoa vừa mới hé,
Thật tình cờ như trời đất đổi thay.

1984

Cloud Gate

The cloud gate is already open,
Letting me in to see you.
By chance I meet
Some young birds
And a little flower.
I kneel down on the grass carpet,
So tender, so green,
Like the color of young rice leaves.
I sincerely offer you a flower that has just opened,
As unexpected as the changes of earth and sky.

1984

Thông Điệp Xuân

Về Làng Mai tu tập theo những pháp môn mà ân sư đã chỉ dạy.
Những bài thơ trong giai đoạn này ghi lại những cái
thấy sâu sắc nhờ thiền quán.

A Spring Message

Coming to Plum Village to practice the teachings given by my
teacher, Thich Nhat Hanh, the poems in this period express
the deep insights revealed through meditation.

Cô Thược Dược

Này cám ơn em nhỏ
Giúp người vượt tử sanh.
Miệng em cười hàm tiếu,
Nắng hồng rực môi anh.

1990

*Một buổi chiều nọ hơi bệnh, thức dậy sau giấc ngủ trưa, tác giả
nghe cơ thể nhức nhối và trong lòng có một niềm cô đơn. Ở đây chỉ
là một niềm cô đơn nhè nhẹ mà thôi.*

*Tác giả ra vườn cắt một cành hoa thược dược. Hoa trắng trông
thật tinh khiết, được chưng trong một ly nước trong đặt trên bàn. Tác
giả ngồi uống trà, vừa nhìn hoa vừa theo dõi hơi thở một cách nhẹ
nhàng. Với thực tập này sự yên định trở về với tâm lý rất mau. Tác
giả chợt nhìn thấy bông thược dược và ý thức rõ ràng rằng trong
bông thược dược cũng có những chất liệu mà cây đã hút từ lòng đất,
có cả những chất hữu cơ, khoáng sản, nước, phân, ánh sáng mặt
trời, sương khuya, mây mù, có cả bàn tay của người vun xén, có cả
bàn tay mình cắt bông và đặt vào ly . . . có đủ mọi thứ. Thấy như vậy
là thấy được bông thược dược đã thoát khỏi ngoài giới hạn mà người
ta đặt cho bông thược dược. Kinh Kim Cang có nói bông thược dược
không phải là bông thược dược nên nó mới chính là bông thược
dược. Khi thấy được bản chất của bông thược dược như vậy thì bông
thược dược không những có mặt trong đóa hoa trắng nõn đẹp tuyệt
vời này mà cũng có mặt ở tất cả mọi nơi. Bông thược dược cũng vĩ
đại như tất cả những gì vĩ đại khác của trời đất và cũng nhỏ nhắn
như hạt cát, hạt bụi trong trần gian này. Cho nên ranh giới của bông
thược dược, của núi đá, của đại dương, hay ranh giới của những gì
lớn lao nhất trong cõi đời này bị xóa tan đi.*

Miss Dahlia

Thanks little dahlia
For helping me to overcome birth and death.
You are smiling gently,
Glorious sunshine brightens my lips.

1990

One afternoon, feeling a little sick on waking up from a nap,
I felt pain and loneliness. This was only a mild loneliness.
    I went to the garden to cut a dahlia flower. The white flower
was very pure. I placed it in a glass of clear water on the table.
I was drinking tea while looking at the flower and gently following
my breathing. With this practice, peace was restored quickly.
I suddenly saw the dahlia and understood clearly that the dahlia
also had the elements absorbed from the earth, the organic matter,
minerals, water, compost, sunlight, evening mist, clouds, hands of the
gardeners and my own hands that had cut and placed it in the glass.
It had everything. Seeing this is to see that the dahlia is beyond the
boundary given to the dahlia. The Diamond Sutra says the dahlia
flower is not the dahlia flower, therefore it is truly the dahlia flower.
Whenever one recognizes the true nature of the dahlia, then the
dahlia is not only present in this pure white marvelous flower, but
also is present everywhere. The dahlia is as large as any enormous
phenomenon in the universe. It is also as tiny as a speck of dust in the
cosmos. Therefore the boundary of the dahlia, of rocky mountains,
of oceans, or indeed the boundary of any phenomenon, however
immense, also disappears.

Thấu Thể

Một cái nhìn chớp nhoáng
Xô ngã mấy trường thành.
Con cúi đầu tiếp nhận,
Đời đời nguyện chẳng quên.

1991
Riêng tặng Ân sư

Deep Understanding of True Nature

A lightning look
Brings down several great walls.
I bow my head to receive
And remember it life after life.

1991

Especially for my teacher, Thich Nhat Hanh

Tuyên Ngôn

Là lữ khách không nhà
Ta giang hồ phiêu bạt,
Tình cờ ta gặp em.
Các em trai, em gái Việt nam của tôi ơi!
Các em là núi xanh, là dòng sông,
Là nắng mai, là hoa sớm.
Các em vui tươi và hồn nhiên,
Nhẹ nhàng như mây trắng trôi
trong khoảng trời xanh biếc,
Với nắng mới tinh khôi.
Nếu vô tình vụng dại
Bay lạc vào vùng đèo cao núi thẳm,
Thì chỉ cần làn gió nhẹ
Của hiểu biết thương yêu
Là có thể đưa các em trở về
Với trời cao biển rộng mênh mông.
Các em không cần phong ba bão tố
Của giận hờn phiền hận.
Xin đừng la rầy trách mắng các em tôi
Vì sợ rằng màu xám của buồn đau
Sẽ phủ vây những mảnh hồn trong suốt tinh anh.

1991

Proclamation

As a wanderer who has no home
By chance I met you
While wandering from place to place.
My younger brothers and sisters from Vietnam,
You are green mountains, rivers,
Morning sunlight, and dewy flowers.
You are joyful, innocent, and light,
As white clouds drifting in the deep blue sky
Along with the first light of a new day.
If in youthful folly,
You lose your way, falling into steep gorges
Deep in the mountains,
All you need is a gentle breeze
Of understanding and love
To bring you back
To the lofty sky and vast oceans.
You do not need raging storms
Of anger and hatred.
Please do not scold or blame
My younger brothers and sisters
For I fear that the gray color of sadness
Would darken their pure hearts.

1991

Ca Hát Tiễn Đưa

Mưa về đất ướt
Tình thu bao la
Lá xanh vàng rồi
Ai về, ai ở?
Bài ca tiễn đưa
Vi vu gió thổi.
Mênh mông đôi xanh
Đất trời lồng lộng
Mây bay ngàn phương.
Mặt trời đông phương
Nghìn năm sáng rực
Còn mọc giữa khuya.
Chim ơi bay xa
Đôi khi lạc bước
Xin nhớ quay về.

1991

Làng Mai mỗi năm đều có sinh hoạt mùa hè từ giữa tháng bảy đến giữa tháng tám. Những ngày trước và sau khi Làng mở cửa có những thiền sinh thiện nguyện giúp đỡ các Thầy và các Sư cô.

Mùa hè năm đó có nhiều người trẻ Việt Nam tình nguyện ở lại giúp Làng sau khóa tu. Trong khi ở lại thì những người trẻ này vừa thiền tập, vừa ca hát thật vui vẻ. Tác giả nghĩ rằng ngày nào đó những người trẻ này rời Làng thì Làng sẽ trở nên cô tịch, buồn lắm. Nghĩ như vậy nhưng khi ngồi dưới cây sồi lớn nhìn ra vườn hoa trước mặt, nghe gió thổi vi vu qua những cành đào, cành mận, tác giả nhìn lại tâm mình nhưng không cảm thấy nỗi buồn nào có mặt, không một niềm cô đơn nhỏ nào gợn lên, chỉ có sự yên tịnh trong vắt như nước hồ không sóng. Buổi chiều đó giông tố nổi lên, mưa đổ xuống ào ào, tình cờ ngồi vào bàn viết tác giả làm nên bài thơ, làm một cách tự nhiên.

Farewell Song

Rain comes, moistening the soil.
How lovely the autumn is!
Green leaves are now golden.
Who has gone and who remains?
A farewell song
Whispering softly with the wind.
Immense green hills,
Vast earth and sky,
Clouds floating in a thousand directions.
The sun of the East
Has been shining brilliantly
For thousands of years
And still rises out of the dark night.
Oh! Birds that fly far,
Sometimes you may lose your way.
Please remember to come back.

1991

Every year in Plum Village, the summer retreat is from mid-July to mid-August. A few days before and after the opening, some retreatants always volunteer to help the monastics in organizing or cleaning.

One summer, many young Vietnamese stayed after the retreat. They worked, meditated, and sang songs joyfully together. I had thought Plum Village would have been very sad and quiet if these young people had left. Nevertheless, later while sitting under the big oak tree, looking out to the flower garden and listening to the wind blowing through the peach and plum trees, I did not feel sad or lonely at all! Instead I felt as calm as a lake surface without any ripples. That evening, a strong thunderstorm was passing by as I wrote the poem "Farewell Song." The words came easily and naturally.

Tiêu Dao

Em từ về ngự chốn bình yên,
Sớm hôm thiền định quên năm tháng.
Đi về xin nhớ vầng trăng sáng
Những lúc trời trong không áng mây.

Thu 1991

Làm để tặng một người phật tử rất thân. Người này quyết định sống một cuộc sống thật giản dị, thật yên tĩnh để có thể có cơ hội đào sâu tâm lý của mình, để có thể hiểu rõ chính con người thật của mình.

Being Free

Dwelling in peace, the place you came from,
Deep in meditation, from early dawn,
Time is forgotten.
On your way, please remember the bright moon
That shines in a cloudless sky.

Autumn 1991

This poem was written for a very close Buddhist friend. This person was determined to live simply and quietly in order to have a chance to look deeply into the nature of consciousness and true self.

Vô Tướng

Bình nước trắng bên này,
Bình nước tiểu bên kia
Sẽ đi về trời mây,
Biển cả với sông ngòi.
Mặt trời sáng ban ngày,
Mặt trăng soi ban đêm
Chỉ rõ lối đi về.
Đường ta đi thênh thang.

1991

Bài thơ này được làm để đọc trình trước đại chúng nhân dịp lễ truyền đăng của tác giả tại Làng Mai vào cuối năm 1991. Bài này diễn đạt cái thấy của tác giả về quan niệm không sạch không dơ trong kinh Bát Nhã.

Formless Samadhi

Clear water on one side,
Urine on the other,
All will return to sky, clouds, oceans, and rivers.
There is sunlight during daytime
And moonlight at night
Shining my way.

1991

*This poem was written in order to be presented to the sangha on
the day of my Lamp Transmission Ceremony in Plum Village at
the end of 1991. It is about my insight from the Prajñaparamita
Sutra that nothing is defiled and nothing is immaculate.*

Khai bút

Trời quê hương
    Mai vàng Rực nở
Báo tin vui cho muôn
triệu Anh em
Đỗ tha hương
    Sương bay tuyết
    phủ
Lửa hồng
    Bếp ấm
Mền sang
Trà thơm cùng ấm lòng.

First Writing of the New Year

Beneath the sky of my homeland,
Yellow mai blossoms blooming,
Announcing the joyous news to millions of friends.
Here beneath the sky of this foreign land,
Covered with snow and floating mist.
Glowing ember of wood fire,
Bright candlelight and fragrant tea
Also warm my heart.

1992

Thật Ấn

Mỗi niệm là một giọt nước,
Cuộc đời là một chung trà.
Mỗi người là một giọt nước,
Thế giới là một bình trà.
Một, hai, ba, bốn, năm . . . mười giọt nước
Làm thành đại dương của cuộc sống bao la.

1992

True Seal

Each thought is a drop of water,
Life is a pot of tea.
Each person is a drop of water,
The world is a pot of tea.
One, two, three, four, five . . . ten drops of water
Creating the immense ocean of life.

1992

Sống Chết

Thoi thóp trên giường bệnh,
Hơi thở đã yếu dần.
Môn đồ đang bối rối,
Sầu khổ và tiếc thương.
Nhưng tôi đến đây
Không phải để rót thêm
Một giọt nước vào đại dương
Của sầu khổ bao la.
Tôi muốn nói với người rằng
Không có gì đã sinh ra
Và không có gì sẽ chết đi.
Hãy lắng tai nghe rõ,
Hãy mở mắt nhìn sâu
Thông điệp của thiên niên, của vĩnh cửu
Đã khơi mở tự bao giờ.

1992
Bài thơ này làm để tặng Hòa thượng Đôn Hậu nhân chuyến về Việt Nam lúc Hòa thượng đang bị bệnh rất nặng.

Life and Death

On your sick bed
Your breath is now very weak.
Your disciples are in a state of bewilderment,
Grief, and regret.
However, I didn't come here
To add a drop of water
To the immense ocean of suffering.
I would like to tell you
Nothing was born,
Nothing will die.
Please listen carefully,
Please look deeply,
The message of thousands of years, of eternity,
Has been revealed since infinite time.

1992

*Written for venerable Đôn Hậu during my visit to him in Vietnam
when he was very sick.*

Vô Đề

Như dòng nước trinh tuyền thuở trước
Mây trắng bay qua từng in dấu vết phiêu bồng.
Ôi mây trắng, nước trong!
Trăm năm còn đó nét trinh tuyền.

1992
Cho NT

Tiếng Hét

Bút cùng mực cạn,
Giấy vẫn trắng tinh,
Thơ không chỗ viết.
Tiếng hét vang trời,
Sông núi vẫn bình yên.

1993
*Tiếng hét đây là tiếng hét vui mừng khi một người chợt nhận
ra rằng niềm vui của cuộc đời vẫn còn đó và sự sống tự do
của tâm linh vẫn còn đó.*

Untitled

Like a pristine mountain spring of ancient times,
White clouds float by leaving shadows of aimlessness.
Oh! White clouds, clear water,
For a whole lifetime, purity is there.

1992
For NT

Shout

The brush worn down, ink dry,
Paper remains blank,
Is there space for my poem?
My shout reaches the sky,
Rivers, mountains remain calm.

1993

The shout described in this poem is a happy shout. It happens when someone suddenly realizes that the happiness of life is still there and the freedom of spiritual life is still there.

Ngày Hội Cá

Hoa trà mi trắng xoá,
Hoa đào màu hồng tươi.
Mùi cá con thơm ngon,
Mùi xì đầu đậm đà,
Mùi thiền bay phất phới,
Biến thành một dòng sông.
Thôi thôi không kho nữa,
Thả cá con về sông,
Theo sông ra biển lớn.
Ngày sau biến thành rồng
Vẫy vùng trong thiên hạ,
Mây mưa cho thế gian
Đượm nhuần ơn pháp vũ.

1993

Bài thơ này làm nhân lễ sinh nhật đầu tiên tổ chức cho sáu sư cô và sư chú có biệt danh là sáu Con Cá Con. Lần đầu tiên Làng Hồng tổ chức sinh nhật cho các vị xuất gia nên không khí thật đầm ấm và cảm động. Trước sinh nhật có một sư chú đến hỏi chúng tôi:
  'Sinh nhật của tụi con Thầy tặng cho tụi con gì Thầy?'
  Tôi nói chơi: 'Tôi sẽ tặng các sư em một chai xì dầu.'
  Sư chú hỏi: 'Tặng chai xì dầu để làm gì Thầy?'
  Tôi cười nói: 'Để kho hết mấy Con Cá.'

Fish Festival

Camellia flowers pure white,
Peach blossoms bright pink.
I smell tasty little fish,
I smell soy sauce, mmm . . . so delicious,
I smell Zen in the air.
All turns into a river.
No, no, we will not cook you.
We will return you to the river
That will take you to the open sea.
One day you will become dragons
Roaming freely,
Bringing the Dharma rain to everyone,
Freshening the world.

1993

This poem was written on the first monastic birthday party (one year after the ordination day) of the six novice monks and nuns called the Six Little Fish. Because it was the first party of its kind, the atmosphere was moving and warm. Before the party, one of the Little Fish came and asked me:

"Thay, what are you going to give us as a birthday present?"
"A bottle of soy sauce." I replied for fun.
"What is it for?" the novice asked.
I said, laughing: "To season all the Little Fish."

Đi Về

Chiều nay trong căn phòng khép kín
Tôi lặng lẽ dùng bữa cơm chiều.
Gọi ánh sáng, mây gió và trăng sao
Về trong mỗi cọng rau.
Và đại dương cũng về với ầm ầm sóng vỗ,
Xóa tan đi những bức tường ngăn cách chia xa.
Thì anh ơi ngại gì đi và ở
Bởi vì nẻo về nối tiếp đường đi.

1993
*Tặng một người viễn khách từ Việt Nam tới Làng Hồng
để học đạo.*

Going Home

This evening, in a tightly shuttered room
I dine quietly
Being aware of the presence of
Sunshine, clouds, winds, moon, and stars
In each stemmed green leaf.
The oceans are also present
With their crashing, crashing . . . rushing waves
Breaking away dividing and separating walls.
Brother, no need to doubt whether you should go or stay;
The path of return continues the journey.

1993
*Written for a guest coming from Vietnam to practice
in Plum Village*

Tưởng Tức

Là thầy hay là trò?
Là cha hay là con?
Là núi sông hay đất trời?
Là bông hoa nhỏ
Đã một lần cho anh sự sống?
Là trầm luân hay giải thoát?
Đây là câu hỏi nhức nhối
Cho những ai còn lặn hụp
Giữa đôi bờ tử sinh.

1994

Niềm Vui

Tiếng cười còn vang trong trí nhớ
Mùa xuân về ai cuốc đất trồng hoa
Nắng thức dậy đầu cành hoa trắng nở
Em đi về trong trời đất mênh mông

1994

Interbeing

Am I teacher or disciple?
Father or son?
Am I mountains, rivers, or universe?
The little flower that
Once offered me life?
Am I bound or liberated?
This is the vital question
For those who are still drowning
In the ocean of birth and death.

1994

Happiness

The sound of laughter is still clear in my memory.
Spring has come,
Someone hoes the soil and plants flowers.
Sunlight awakens,
White flowers open on branch tips.
I come home in this immense universe.

1994

Mắt Em

Mắt em bờ cỏ xanh,
Mắt em chùm hoa nhỏ.
Ngày mai tôi đi về
Sẽ chỉ cho em trời cao biển rộng,
Xóa tan đi ngàn thủa phiêu linh.

1994

Bình An

Núi đá đã vững vàng từ muôn thủa,
Mặc cho sóng cuộn bủa vây.
Rừng xanh kia là tai, là mắt,
Trời cao xa là mặt mũi xưa nay.

1994

Your Eyes

Your eyes, a green grass meadow,
Your eyes, a cluster of little flowers.
One day I will come home
To show you deep skies and immense oceans
Washing away all the wanderings
Of a thousand lifetimes.

1994

Tranquility

Rocky mountains have been solid
For thousands of lifetimes
Regardless of waves crashing around.
Those green forests are ears and eyes.
The distant lofty sky is the face of the past and present.

1994

Xỏa Tóc

Xỏa tóc phất phơ mùa biển động,
Thiên thu xóa bày
Dấu cát in chân.
Trời xanh mở ngõ,
Ưu đàm nở,
Dấu ấn tâm linh hiển hiện rồi.

1994

Letting Your Hair Down

Letting your hair down
To fly with the wind in the season of high sea.
Thousands of years are erased,
Revealing footprints in sand.
Blue sky opens the way;
An udumbara flower blooms
Unveiling the nature of true self.

1994

Rặng Liễu Bờ Sông

Rặng liễu bờ sông đã đổ rồi
Hồng hồng lục lục cũng trôi xuôi
Đi theo con nước về vô tận
Lặng ngắm dòng sông vệt khói trôi

1994

Willow Trees by the River

The weeping willow trees have fallen by the river.
Red flowers, green leaves
Flow down stream,
Following the current to infinity.
Silently, I contemplate the river of drifting mist.

1994

Mùa Đông

Tuyết trắng chưa về,
Cây đã trụi lá.
Ôi thương biết mấy
Những khu rừng cây
Của mùa đông, mùa thu,
Mùa xuân và mùa hạ
Như thương các em tôi.
Ôi một tình thương ấm áp, dịu dàng!

1995

Winter

White snow has not yet returned,
Trees have already lost all their leaves.
Oh! How much I love
Forests in winter, fall,
Spring, and summer
As I love my own brothers and sisters.
Oh! A warm and tender love.

1995

Một Cành Lan

Giáo ngoại biệt truyền
Chỉ một cành lan
Chung trà buổi sáng
Ngút ngàn tịch liêu

1995

An Orchid Stem

The wonderful transmission
Heart to heart
Is just an orchid branch
And a cup of morning tea.
The unending deep silence.

1995

Bệnh

Thịt da rữa mòn, xác thân tàn úa,
Hồn vẫn vui như những đóa hoa xuân.
Sông núi rộng ngại gì thân nhỏ bé,
Xin trả về cho trời đất rộng bao la.

1996

Người ta thường nói 'Một tâm hồn minh mẫn trong một thân thể tráng kiện'. Đó là thói thường của đời sống. Nhưng trong đời sống này có gì đặc biệt không? Có gì khác biệt không?

Being Sick

My skin and flesh are wasted,
My body is withered,
But my heart is still joyful as spring flowers.
Rivers, mountains are extensive.
Why hesitate to give up this tiny body?
I return it to the immense earth and sky.

1996

It is usually said "A clear mind in a healthy body."
However, is there an alternative to this statement?
Are there any special cases?

Thế Giới Nhất Tâm

Kể từ đất mẹ biết đau
Sỏi kêu rỉ máu, mưa trào mắt thương,
Hồn khuya bước nhẹ đêm trường.
Mưa sương nhẹ hạt, áo nâu không sờn,
Tươi màu hoa lá trời sương,
Lại thêm nhẹ bước cho dù đường xa.

1996

The One Mind World

From the time Mother Earth first felt pain,
Pebbles cried out dripping blood,
Tears flowed down from compassionate eyes,
I stay awake, stepping gently through the long night.
Misty rain falls lightly.
It does not spoil my brown robe.
Instead, it freshens the colors of flowers and leaves.
On the long path, I take another light step.

1996

Đăng Quang

Chuông ngân đất Phật hiện bày,
Hôm nay là lễ tấn phong trụ trì.
Em ơi cõi ấy huyền vi,
Bước chân chánh niệm đi vào đi ra.

Thu 1996
Tặng Thầy Nguyện Hải nhân lễ tấn phong trụ trì 9/1996.

Illumination

The bell resounds, Buddha land manifests.
Today you are installed as abbot.
Dear brother, this land is so miraculous
Because you step on it mindfully.

Autumn 1996

Written for brother Nguyện Hải on his installation
as Abbot of Upper Hamlet

Đăng Quang

Thế giới gom vào bàn tay nhỏ,
Dáng ai ngồi nghiêng đổ thái hư,
Rồi đứng lên trong một mùa xuân diễm tuyệt.
Nghe đâu đây đồng vọng bóng vô cùng.

Thu 1996
Tặng Sư cô Trung Chính nhân lễ tấn phong trụ trì 9/1996.

Illumination

The world is held in the small hand
Of someone who sits so as to be able
To shake the universe,
Then stands up as beautifully as the spring;
We hear the resonance of eternity.

Autumn 1996

*Written for Sister Trung Chinh on her installation
as Abbess of New Hamlet*

Đối Thủ

Đi đứng tự do
Ngại gì đối thủ
Đối thủ không đối thủ
Trăng sao bặt dấu tìm

1996

Beginning the Three-Month Retreat

Standing and walking freely
No hesitation in coming before
Brothers to take refuge.
Who is the one who takes refuge?
Who is the one taken refuge in?
Moon and stars leave no trace.

1996

Thông Điệp Xuân

Cười nói rõ ràng
Hạnh phúc trên môi.
Tin xuân đưa tới,
Hoa tươi trên cành,
Cỏ xanh và nắng ấm,
Hoa tươi cùng giọt sương,
Biển khơi và trăng sáng,
Núi cao với bình nguyên,
Sao sáng cùng mây trời,
Chỉ là một tâm thôi.

Xin cúi đầu lễ tạ
Ngàn hoa nở hôm nay.
Xin cúi đầu lễ tạ
Sỏi khô bên vệ đường,
Cùng mịt mù gió bụi,
Phiêu bạt giữa trời mây.
Cũng cúi đầu thâm tạ
Lệ khô đôi má gầy
Trong mênh mông thế giới
Khổ lụy cuộc đầy vơi.
Rồi cúi đầu lễ tạ
Thăm thẳm bầu trời xanh,
Mây về đâu cuồn cuộn,
Thanh thản tháng ngày qua.

Ôi! tinh anh tuyết trắng
Che lấp cả ngàn hoa
Dù mùa xuân còn đó.

Spring Message

Laughing, speaking clearly,
Happiness on the lips.
News of spring flows forth,
Fresh flowers on branches,
Green grass and warm sunshine,
Blooming flowers and dewdrops,
Open seas and bright moon,
High mountains and plains,
Shining stars and clouds,
All is one mind.

I bow in respect
To thousands of flowers blooming today.
I bow in respect
To dry stones on the roadside,
Along with the obscuring dust storm
Wandering to the horizon.
And I bow with deep respect
To dry tears on bony cheeks
In the immense world,
Where deep suffering is
A game of up and down.
Then I bow in gratitude
To the deep blue sky,
Clouds swirling in uncertain destinies,
Floating freely as the days go by.

Oh! The pure white snow
Covering millions of flowers
Despite spring's presence.

Nắng hồng lại reo ca
Cho chồi non hiển hiện.
Hôm nay hoa nở rồi,
Sáng trắng một rừng mai.
Nhạc chim vang lừng trổi,
Nhạc vô sinh bình an.

Hỡi ai người tài tử
Cùng hòa ca điệu này.
Đàn xưa đừng lỡ nhịp
Cho thênh thang trời mây.

Xuân 1997

The golden sunshine continues to sing in joy
For young shoots to appear.
Today flowers already bloom,
The grove is bright with plum blossoms.
The bird songs resound afar
The birthless harmony of peace.

All those who are talented
Come sing together in this melody.
Never let it be off-rhythm
So endless sky can be opened.

Spring 1997

Niêm Hoa

Bụt đứng uy nghi trên đỉnh núi
Đưa cành sen trắng cho con mỉm cười.
Sư huynh Ca Diếp hồn nhiên bảo:
'Ta có chung trà riêng tặng em.'

1997

Bão Nổi

Đã từng rửa chân trên biển mặn,
Trời cao nhè nhẹ mây êm êm,
Sao về gom lửa mười phương lại.
Bão xuống cho đời rực rỡ sen.

1997
Riêng tặng Ân Sư.

Holding a Flower

The Buddha stands serenely on the mountain peak
Holding up a white lotus,
And we smile.
Elder brother Kashyapa says simply to me:
"Brother, I have a cup of tea especially for you."

1997

Storm Rage

He washed his feet in the ocean.
Soft clouds, deep gentle sky,
Stars gather fire from ten directions.
In raging storm, the lotus blooms brilliantly.

1997

For my teacher, Thich Nhat Hanh

Ấn Tâm

Bước chân trên đất thực,
Hoa thắm nở ngàn nơi.
Chỉ một niệm chiếu soi
Siêu nhiên ngoài ba cõi.
Trong ngoại phương cõi này
Vẫn vặt trăng chiếu soi,
Biển Tỳ Lô hùng tráng.
Thiên đường cũng đi qua
Địa ngục chẳng tạm dừng.
Sinh tử gì ràng buộc
Nên tự tại dạo chơi.
Ngợi ca thanh bình điệu
Cầm ngang sáo không lỗ
Trổi nhạc khúc vô sinh.
Lưng trâu cỡi ngược về,
Trăng vàng lên đầu ngõ.

1997

Mind Seal

Stepping on the land of reality,
Beautiful flowers bloom everywhere.
Only deep mindfulness shines through
And the three realms have been surpassed.
In this land,
Where the moon shines brilliantly
On the glorious Dharma Body Ocean,
The world of Heaven disappears
And the world of Hell dusts off.
Why let birth and death bind us?
We can freely and joyfully travel,
Praising the melody of peace
And playing the music of non-birth
On a holeless flute,
Heading home on the buffalo's back,
The golden moon arising at the gate top.

1997

Ánh Sáng Của Mùa Đông

Đối diện cùng tuyết trắng
Bỗng dưng tôi biến mất
Và cả một vũ trụ
Trở thành ánh sáng của tự tâm

1998

Bài thơ này nguyên bản bằng tiếng Anh.

light of winter

Facing white snow
Suddenly
One-Self fading away
The whole universe
turning into a great lamp

winter 1498

This poem was hand-written by Thay Giác Thanh in English.

Tri Ân

Lão nhân gầy hoa thắm,
Vườn nhà mấy đóa khai.
Du tăng ngồi ngắm mãi,
Buổi chiều lên không hay.

Hè 1998
Riêng tặng gia đình bác Chân Tịnh Giới.

Gratitude

The old man plants flowers,
In his garden, some have opened.
The wandering monk sits contemplating the scene;
Without realizing it, evening has come.

Summer 1998

For Chân Tịnh Giới and his family

Mùa Thu

Một mùa Thu trống
Dưới bầu trời trong
Đi đứng tự do
Giữa những sắc màu

1998

Autumn

An empty autumn
Under empty sky
Walking freely
Among colors

1998

Liễu Ngộ

Liễu tri sinh tử
Thị đắc vô sanh
Thùy đạt chân không
Khả tri ngã thuyết

1999

Lời Việt:

Liễu Ngộ

Biết rõ sinh tử
Mới hiểu vô sinh
Ai hiểu chân không
Mới rõ lời tôi

Enlightenment

Understanding well birth and death
You realize no birth.
Whoever understands true emptiness
Is clear about what I say.

1999

Love

Life, death, peace, and joy
Are coming together beautifully.
Human relationships are nice in so many ways.
A moment you come,
A moment of love and care
Turning everything into eternal light.

December 29, 2000
Tặng tất cả bạn bè
To all my friends

Biography of the Author

Giác Thanh was author Da Hac, Venerable Tam Tong, Chan Giác Thanh, pen name Tram Nhien, birth name Le Van Hieu.

Thay Giác Thanh was born on June 9, 1947, in the quiet and remote hamlet of Tra Loc, in Soc Son Village, Tri Ton District, Rach Gia Province. His father was Le Van Dat and his mother was Nguyen Thi Nho. He was the third child in the family of four sons and two daughters.

Like many other children in the countryside of Vietnam growing up in the great suffering of their country caused by wars and poverty, Thay Giác Thanh had to learn at an early age to follow his older brothers and sisters to gather food and catch fish. From this, his elegant face became tanned golden by the tropical sunlight. In spite of his hardships, the seed of compassion had been present within him, perhaps for many lifetimes. At the early age of seven or eight, he shed tears when thinking of our small human life in the vastness of infinite existence. Thay's stay in this little village ended when his parents moved to Rach Gia City. While in the city, he began learning to write his first alphabet. During this time, there were some relatively peaceful periods without bombing and fighting because of the Geneva Peace Accord.

As time passed, the little boy with the golden-tanned face from the remote hamlet of Tra Loc became one of the best students of Nguyen Trung Truc School, very intelligent and especially very brave. Perhaps he had inherited his bravery from patriot Nguyen Trung Truc. Thay Giác Thanh expressed love for his country in his first poem *"Tears for My Homeland,"* written when he was in grade twelve, 1967:

Oh my beloved homeland,
So many long quiet nights
I lay awake, crying tears of love for you.
Oh my beloved homeland,
What have you done to deserve this,
To let those demons torture you so,
Without remorse, compassion, or brotherly love?
They sold you to the Devil King.
Out of love for you
I buy you back with my own flesh and blood,
With my wisdom, my very heart,
And with my whole being.
Even if this body burns into ashes,
I vow to spread them along the road to peace.

There is a saying, "Man should have a determination to penetrate the deep skies." If one does not want to be a speck of dust blown away by the whirlwind destroying one's own country, then one should not participate in the destruction. Better, one should be a lone traveler on the path of no-birth and no-death. Thay Giác Thanh turned his life towards cultivating his ideal of great compassion and liberation through inner discovery. In 1967, he became a novice monk at Thanh Hoa Temple, Tan My Village, Cho Moi District, Long Xuyen Province. His Dharma name, Giác Thanh (Awakening Sound), was given to him by his teacher, Venerable Pho Hue.

He stayed in Giac Nguyen Temple (Saigon) in 1968, and then in Xa Loi Temple in 1969. He was fully ordained in Giac Vien Temple in the autumn of 1970. In 1971, he attended Van Hanh University to further his studies in Buddhism. He never stopped searching; whenever there was a talk by a well-known teacher, he would be there. Then he received further inspiration on his path when he came across the book of guidance for the monastic life practiced at the True Emptiness Monastery. Although he was not a permanent resident of the monastery, he participated in every summer Rains Retreat.

In the spring of 1974, they returned to True Emptiness Monastery, entering its second four-year program. The days passed, listening to sutras in the morning, meditating in the afternoon, drinking tea, looking at dewdrops hanging from the leafy roof, and watching the rays of sunlight shining and merging with the firelight in the hearth. The love from his brothers and the teachings of his old teacher on the Peak of Tao Phung Mountain opened his heart and lit up the path to the true nature for this young destitute. Thay Giác Thanh was a very good meditator and one of the most beloved elder brothers at True Emptiness Monastery. Those who had a chance to know him had beautiful memories of him. He offered love, tenderness, and support to lay practitioners as well as to his newly ordained brothers and sisters. With his deep understanding and compassion, he created great harmony in the sangha.

Once again, Vietnam's history turned to a new page. After the spring of 1975 (when the Communists took over the whole country), the peaceful years at True Emptiness Monastery faded into the past. Everybody now had to work hard in the fields under the hot, burning sun. While working, Thay sometimes stopped and asked the question, "One's awakening is not yet realized, why should one waste one's precious life to gain some food? My dear younger brothers and sisters, we should give ourselves time for reflection." Whenever there was an opportunity, he would contemplate with his little tea set, beside the bamboo grove in the front yard. Often at dawn and dusk, seeing the floating mist, he also felt the human love floating and fading away. He wrote:

Existing in this life,
I know how to enjoy tea alone.
Thirty years, a dream gone by,
Day and night, the little pot of tea is my only friend.

In the winter of 1977, Thay left Thuong Chieu Monastery and built An Khong hut in My Luong Village. This hut was made of bamboo leaves and next to the hut was his small meditation space. The setting expressed the meditative taste of a Zen master with a simple and noble life, but it also expressed the artistry of a poet. After four years, he left An Khong hut, as described in the last paragraph of the poem "A Yellow Flower Dream:"

> *I am a traveler*
> *In infinite time.*
> *My soul seems to get lost in the desolate island.*
> *One morning, the island awakens,*
> *Birds shouting, rushing me onto my path.*
> *And in the vast billowy ocean,*
> *The dust of life is washed off.*

In July of 1981, they escaped from Vietnam by boat, crossing the Gulf of Siam. Like many other Vietnamese people enduring dangerous escapes, he was not able to avoid the pirates. Seeing the raping and robbing, he angrily asked, "Do you have a heart? How could you be so cruel to your fellow humans?" The pirates were angry and threw him into the ocean. Fortunately, the head pirate, in a flash of sympathy, tossed him a rope and pulled him up onto the boat. So the game of birth and death was once more postponed.

Thay was in Song La refugee camp in Indonesia from July 1981 to early 1982. He was sponsored by Venerable Thich Man Giac to come to Los Angeles. He spent his first refugee allowance of $300 on an expensive, antique tea set and some tea, and offered the first cup of tea to Venerable Thich Man Giac. What was the cost of a cup of tea? A small expense, but this action expressed the gratitude of a young wandering man. The Venerable offered cooling shade and a loving harbor for Thay Giác Thanh. During Thay's brief stay at Phat Giao Vietnam Temple, the Venerable, like a tender and caring mother, offered the loving energy that healed the wounds in the wanderer's heart. At the end of spring in 1982, at the request of the Venerable Man Giac, Thay moved to Nam Tuyen Temple in the state of Virginia to help Thay Tri Tue. They lived there happily together from 1982 to 1989.

During that time, Thay Giác Thanh also lived and practiced in Japanese, Korean, and Burmese practice centers. The appeal of the traveler's life faded, but his journey of coming home was still burning deep within him. Continuously he searched, knocking at different great teachers' doors, for the final breakthrough to penetrate directly into infinite space.

In one of the North America retreats led by Thay Nhat Hanh at the end of summer in 1986, seeing him practice with intense and strained effort, Thay Nhat Hanh said to him: "Thay Giác Thanh, you do not need to strive so much. Walk with me and look at the beautiful autumn leaves changing colors from yellow to red. Life is such a miracle; it is never born and never dies. Look deeply and accept life as it is." These teaching words of Thay Nhat Hanh were like the few drops of water that cause a full cup to overflow, like lightning penetrating deep layers of clouds and illuminating the immense sky. From that time, he abandoned searching by means of strained effort.

In the summer retreat of 1990 at Plum Village, the retreatants had a chance to practice with Thay Giác Thanh, a Vietnamese monk with a beautiful smile that expressed his inner peace. In 1991, he began residing at Plum Village and there he lived happily with his teacher, Thay Nhat Hanh—the old oak tree—and he himself became an oak tree protecting his little brothers and sisters, the young oak trees. He also led Days of Mindfulness at the Cactus Meditation Center located near Paris, France. He was called by a very poetic name, "Thay Cactus." He was given this name because he looked after the Cactus Meditation Center, but it was an appropriate name for his permeating but gentle radiance and upright manner. At the end of 1991, he received the Lamp Transmission to become a Dharma Teacher and a gatha from Thay Nhat Hanh. The gatha is:

The awakened nature is the true nature.
Pure sound is the manifestation of the Wonderful Sound.
The full moon light illuminates Ty Lo Ocean.
The musical waves are still strong and sonorous.

And this is Thay Giác Thanh's insight gatha offered to his teacher and the Sangha at his Lamp Transmission:

Clear water on one side,
Urine on the other,
All will return to sky, clouds, oceans, and rivers.
There is sunlight during daytime
And moonlight at night
Shining my way.

For Thay Giác Thanh Plum Village was a cradle in which all of humankind's happiness could flourish, and a field in which the seeds of compassion and understanding could be sown. He wrote a poem to express his respect and admiration for his teacher:

A lightning look
Brings down several great walls.
I bow my head to receive
And remember it life after life.

Thay Nhat Hanh offered him a small wooden hut on the forest edge beside his own. All year round, one could hear birds singing and see many different flowers blooming around his hut. He liked the name Floating Cloud. There was a vast space in his heart. He walked freely and solidly, and his smiles and words carried a profound peace to people around him. Therefore, in 1992 in his very first visit to the

East Coast of North America, he brought a lot of happiness to the practitioners participating in the various retreats and Days of Mindfulness that he led. One thing was sure wherever he went—France, America, Australia, Canada—from the beginning of his teaching to his last breath, all of us received his tender, fresh, and peaceful energy. He was respected and deeply loved by all of us.

In 1995, he contracted tuberculosis and his diabetes worsened. He had lived with his illnesses since 1992 or earlier. With his mindful breathing, he embraced his illnesses. He took care of his illnesses like a mother loving her child, never complaining no matter how demanding the child was. Many of our ancestors also faced challenging obstacles but took them as opportunities to realize full enlightenment. Similarly, even with these serious illnesses, Thay could live peacefully and happily, and this was clearly expressed in his poems, especially those written after 1997, such as "Mind Seal:"

> *Stepping on the land of reality,*
> *Fresh, beautiful flowers bloom everywhere.*
> *Only deep mindfulness shines through*
> *And the three realms have been surpassed . . .*

Or *"Light Of Winter,"* which is like a strong proclamation:

> *Facing white snow*
> *Suddenly,*
> *One-self fading away*
> *The whole universe*
> *Turning into a great lamp.*

In 1997, Thay Giác Thanh became Head of Practice at the Maple Forest Monastery at the Green Mountain Dharma Center in Vermont. He offered a stable and joyful presence for the young brothers, sisters, and lay practitioners there. A few years later, in early 2000, some of the Plum Village sangha members began looking for property to start a West Coast monastery. Acquiring the land for Deer Park Monastery and then becoming the abbot of the monastery, Thay Giác Thanh knew that this place would be the last one of his life. Therefore, he used all of his remaining strength to build this place, showing his gratitude to his most respected teacher. His illnesses became seriously life-threatening, and finally, like the cycles of birth and death of all phenomena, he returned his impermanent body to the Mother Earth. As the arahats said upon entering nirvana, "The most important task has been completed."

Thay Giác Thanh arrived in Deer Park Monastery in the summer of 2000 and left us in the autumn of 2001. His stay in Deer Park was very short compared to an average human life span, and nothing at all compared to the age of moons and stars, but his accomplishments are great and have entered all of our hearts. A kind, gentle, and loving voice, a joyful smile until the end of his life, a deep and clear wisdom, great compassion, and peaceful steps, all revealed his profound understanding of no-coming, no-going. That is the greatest gift he has offered to his brothers and sisters and to the Sanghas all over the world.

Thay is truly a Dharma teacher of many Western and Vietnamese practitioners. Although he passed away, he has transformed to be one with us. His words are like essential keys that open the door to one's wisdom, happiness, and compassion, especially his last Dharma talks given in the Full Moon Meditation Hall. How deep his words are! He is the most loved elder brother. Each one of us remembers him in our own way. He is a brother, protective and sometimes strict. He is a mother, loving and taking care of us. He is a friend, opening his heart to us. He loved his brothers and sisters wholeheartedly. He is a meadow, full of exotic, simple, and beautiful flowers and grass, in which each one of us can play freely. Being with him, we see ourselves disappearing and merging with him, like a river merging into the ocean. All of us know it is very difficult to find an elder brother like him. Here are a few lines from a poem written for his younger brothers and sisters:

. . . Please do not scold or blame
My younger brothers and sisters
For I fear that the gray color of sadness
Would darken their pure hearts.

Thay Giác Thanh was also a student with deep gratitude. He respected wholeheartedly Thay Nhat Hanh and other teachers. He always did his best to help spread the teachings, even when he was very sick. In October 2000, when his former teacher the Venerable Thanh Tu visited the United States, Thay and a number of monks, nuns, and lay friends humbly and successfully coordinated the public talks for him in Southern California.

On his return to Vietnam, in 1992, his old friends were very surprised by his simplicity. They could not believe that he had experienced great suffering, disappointments, many ups and downs, profound transformation, and attained great wisdom and understanding of the Dharma from inspiring teachers. Wearing the brown jacket of the Order of Interbeing and carrying his monastic shoulder bag, he traveled humbly without formal welcomes or farewells. With his gentle smiles, he overcame all the political obstacles he encountered while in Vietnam and therefore was able to successfully offer the Dharma and charity to many people there. Although he had a busy schedule, he still spent time with his relatives and old friends, monastic and non-monastic. He treated them with love from his whole heart. When they saw him again, they were deeply moved, often to tears. Before coming back to the United States, he searched for and bought a special tea set as a gift for his closest friend. Not many of his friends were able to be with him in the hospital or to attend his funeral, but the deep caring and love from those who were present revealed how much love he had given us.

On his second return to Vietnam in 1999, he told his friends: "I came back to visit all of you for the last time. I don't think that I will be able to make another trip." His words seemed like a joke and nobody could believe that what he said would prove to be true.

During this trip, one of his childhood friends helped him to fulfill his long-standing wish to help his family.

He lived humbly, freely, and with dignity. So beautifully he came and left. His life is like a pristine cactus flower blooming at night.

Close to death, he seemed to dwell more in the other realm, but when Thay Nhat Hanh spoke to him from Beijing the day before he died, he smiled and his face lit up. He opened his eyes to receive his teacher's words. Thay Nhat Hanh read the poem he had just written in honor of Thay Giác Thanh:

> *That you are a real gentleman is known by everyone*
> *The work of a true practitioner has been accomplished*
> *When your stupa has just been raised on the hillside*
> *The sound of children's laughter will already be heard*

Later he added these two lines:

> *One maple leaf has fallen down and yet you continue to climb*
> *the hill of the twenty-first century with us.*
> *Thousands of daffodils are beginning to bloom and the Earth*
> *continues to be with the sky singing the song of no-birth and*
> *no-death.*

Our ancestors said that once the most important task in life has been completed, one no longer needs to return to this world. However, Great Beings come and go freely to continue the bodhisattva's work. Dear Thay Giác Thanh, we vow to be your companion on this path of love and liberation, life after life.

Deer Park Monastery in Great Hidden Mountain,
October 19, 2001
Thich Phuoc Tinh

Tiểu Sử Tác Giả

Tác giả Dã Hạc chính là Thượng tọa Tâm Tông, hiệu Chân Giác Thanh, tự Trạm Nhiên, thế danh Lê Văn Hiếu.

Thầy Giác Thanh sinh ngày 9 tháng 6 năm 1947 (Đinh Hợi) tại một thôn xóm hẻo lánh của làng Sóc Sơn, quận Tri Tôn, tỉnh Rạch Giá. Con của cụ ông Lê Văn Đạt và cụ bà Nguyễn Thị Nhớ. Thượng tọa là con thứ ba của gia đình sáu anh em gồm bốn trai và hai gái.

Như bao nhiêu đứa bé của đồng quê Việt Nam lớn lên trong hoàn cảnh đất nước điêu linh vì chiến tranh và nghèo khó, Thầy Giác Thanh có một tuổi thơ sớm biết theo anh chị ra đồng hái rau, bắt cá, phơi mặt mày thanh tú cho nắng nhiệt đới ươm da. Tuy nhiên hạt giống tu tập đã có mặt từ kiếp xưa nên mới bảy, tám tuổi đầu đã biết chảy nước mắt cảm thương thân phận bé nhỏ của kiếp nhân sinh trước cảnh sương khói bao la của đất trời. Thời gian sống tại vùng quê xa vắng này chấm dứt khi ông bà cụ dời nhà ra tỉnh Rạch Giá. Cũng từ ấy Thầy bắt đầu viết những chữ a, b xiêu vẹo đầu tiên trong cuộc đời sách bút học trò. Đây là thời điểm nửa vùng quê hương phương Nam tạm yên tiếng súng qua hiệp định Geneve.

Rồi ngày tháng đi qua, chú bé mặt rám nắng hồng của thôn Trà Lóc quê mùa năm xưa, giờ đã thành cậu học sinh ưu tú, thông minh và đầy can trường khi thừa tiếp hào khí yêu quê hương của anh hùng Nguyễn Trung Trực. Thầy Giác Thanh đã lớn lên trong ngôi trường ấy. Thầy đã thể hiện tâm tư mình qua bài thơ đầu đời Thầy viết cho quê hương vào năm học đệ nhất, 1967. Bài thơ có tên: *Khóc Quê Hương*

Quê hương ơi có những đêm dài lặng lẽ
Ta nằm đổ lệ khóc thương mi.

Quê hương ơi người có tội tình chi
Để lũ quỷ đem mi ra dày xéo,
Chẳng xót, chẳng thương,
Chẳng nghĩ đến tình người?
Chúng bán mi cho loài quỷ vưởng.
Ta thương mi ta mua lại bằng xương máu,
Bằng khối óc, bằng con tim
Và bằng cả xác thân này.
Xác thân dù hóa thành tro bụi,
Nguyện trải đường đi đến thái hòa.

Người xưa dạy: 'Nam nhi tự hữu xung thiên chí': làm trai có chí xông trời thẳm. Nếu ta không muốn làm hạt cát bị hất tung vào cơn gió xoáy để đi tàn phá quê hương, thì ta hãy nằm yên đây. Hoặc đẹp hơn nữa hãy làm kẻ độc hành lội ngược dòng sinh tử. Thầy đã chuyển hướng cuộc đời, đặt lý tưởng và tình yêu lớn của mình vào con đường khám phá nội tâm. Thầy đi xuất gia vào giữa năm 1967 tại chùa Thành Hoa, làng Tấn Mỹ, quận Chợ Mới, tỉnh Long Xuyên. Pháp hiệu Giác Thanh được bổn sư là Hòa Thượng Phổ Huệ đặt cho từ lúc ấy.

Thầy đã ở chùa Giác Nguyên (quận IV Sài gòn) vào năm 1968, rồi dời về chùa Xá Lợi năm 1969 và thọ đại giới tại Tổ đình Giác Viên vào sau mùa Vu Lan 1970. Thầy đã vào đại học Vạn Hạnh 1971 và đã mòn gót chân ruổi rong khi nghe nơi nào có bậc danh tăng thuyết pháp dạy kinh. Rồi cơ duyên khai mở ban đầu đã đến khi Thầy bắt gặp quyển 'Thanh Quy' của tu viện Chân Không. Tự thân Thầy tuy không nhập khóa đầu tiên nhưng mỗi năm đã về tu viện những tháng hè để học và thực tập.

Ngày đầu xuân năm 1974, Thầy về lại Chân Không, bắt đầu nhập khoá II chính thức của tu viện. Rồi những sáng nghe kinh, những chiều thiền tọa, trà khuya sương khói đọng bếp lửa nắng chiều nghiêng. Đạo tình huynh đệ và pháp nhũ của vị thầy già trên núi Tao Phùng đã khơi mở và thắp sáng nẻo về nơi người con trai cùng tử ấy. Thầy Giác Thanh là một thiền sinh giỏi và cũng là một sư anh lớn trong những sư anh dễ thương nhất của tu viện Chân Không. Hầu như không có Phật tử hay khách tăng nào đến đây mà không có ấn tượng tốt đẹp về vị tri khách hiền dịu, nhẹ nhàng và chân tình ấy. Thầy còn là bóng mát, là sự ngọt ngào cho những đứa em mới vào tu, là sự bao dung, sự hiểu biết rộng và sâu để điều hòa và nối kết tình đồng môn.

Thế rồi lịch sử Việt Nam một lần nữa lật sang trang. Sau mùa xuân năm 1975, những ngày tháng yên bình, tĩnh tại của thiền sinh Chân Không đã lùi vào quá khứ. Có những buổi lao động dưới cơn nắng lửa Thầy dừng cuốc bảo: 'Trượng phu việc lớn chưa xong, chôn tấm thân hữu dụng vì ba miếng khoai sắn như thế ư? Các em ạ! Chúng ta hãy dành một chút thì giờ cho chính mình.' Từ đó có được phút giây thanh thản nào, Thầy ngồi tĩnh tại độc ẩm trà bên khóm tre vàng râm mát trước sân. Khi sáng sớm, lúc chiều hôm, nhìn sương khói mơ hồ lãng đãng, thấy tình người chấp cánh bay cao, Thầy nghe ngạo khí đầy lòng nên thốt ra lời thơ *Độc Ẩm:*

Cư nhân gian thượng
Hữu ngã độc ẩm
Tam thập niên mộng
Duy nhất trà bình

Làm người sống ở trên đời
Có ta ta biết uống chơi một mình
Ba mười năm mộng phù sinh
Bạn bè khuya sớm một bình trà thôi.

Rồi mùa đông năm 1977, Thầy rời thiền viện Thường Chiếu về Mỹ Luông cất Ẩn Không am để tĩnh cư. Ẩn Không am bằng tre lá. Bên cạnh am có một thiền thất nhỏ làm chỗ thiền tọa cho Thầy. Toàn cảnh toát ra phong vị của thiền sư có cuộc sống thanh cao, khiết bạch, đạo hạnh sáng ngời, và nó cũng có một chút gì lãng đãng mộng mơ của thi nhân. Sau bốn năm dừng chân tại Ẩn Không am, Thầy lại lên đường như đoạn kết của bài thơ '*Mộng Vàng Hoa*'

Ta lữ khách,
Trong cát bụi thời gian dài thăm thẳm
Hồn tưởng chừng lạc lõng giữa cồn hoang.
Một sáng nọ cồn hoang thức dậy
Chim gào to ta giục giã lên đường
Đời gió cát tưởng chừng như tắm gội,
Giữa trùng khơi sóng nước đại dương.

Vào thượng tuần tháng 7 năm 1981, Thầy có mặt trên chiếc tàu vượt biên băng ngang qua vùng vịnh Thái Lan. Cũng như bao chuyến vượt biển đau thương của người Việt, tàu Thầy đi không tránh khỏi cướp biển man rợ giữa trùng khơi. Chứng kiến cảnh cướp bóc, sát hại, hãm hiếp dã man, lòng bi phẫn của người con Phật nổi lên, Thầy bảo họ: 'Các anh có còn trái tim không? Sao nở dang tay và nhẫn tâm với đồng loại như vậy.' Kẻ dữ tức giận quăng Thầy xuống biển khơi. May thay cũng có người còn sót lại trái tim nên lời Thầy có năng lực đánh động chất người trong họ. Hắn là tên thuyền trưởng của tàu, hắn đã quăng lưới kéo Thầy lên, thế là trò chơi tử sinh thêm một lần hò hẹn nữa.

Thầy đã ở trại Song La (Indonesia) từ tháng 7, 1981 cho đến đầu năm 1982 thì được Hòa Thượng Thích Mãn Giác, hội chủ Tổng Hội Phật Giáo Việt Nam bảo lãnh Thầy sang Hoa Kỳ. Đặt chân lên đất Mỹ, lần đầu tiên có được $300, Thầy đi chợ mua trà cụ và trà về rồi tự tay nấu nước pha trà dâng lên cúng dường Ôn. Ôi! Của không chi đáng, chỉ một chung trà nóng có nghĩa gì đâu? Nhưng đẹp lòng làm sao việc này, nó gói được tấm lòng biết ơn sâu sắc của người con trai mòn gót phiêu linh. Ôn đã là bóng mát, làm bến đỗ để thuyền đời Thầy Giác Thanh dừng lại. Dù thời gian lưu lại chùa Phật Giáo Việt Nam không lâu lắm nhưng năng lượng thương yêu như mẹ hiền của Ôn đã vá được những vết hằn ngao ngán trong lòng người lãng tử. Cuối mùa xuân năm 1982, vâng lời Ôn, Thầy về giúp Thầy Trí Tuệ ở chùa Nam Tuyền (Virginia). Thầy đã sống đầm ấm với Thầy Trí Tuệ.

Trong thời gian này Thầy cũng lang thang đến các trung tâm tu tập theo các truyền thống Nhật Bản, Đại Hàn và Miến Điện. Có lẽ sương khói của cuộc lữ du đã tắt trong mắt trong, nhưng hành trình phải trở về nhà xưa đang thôi thúc trong lòng ngùn ngụt lửa. Thầy đã lại lê gót tây đông, gõ khắp cửa của các bậc đạo sư, mong đón nhận một cú đẩy để trượt thẳng vào không gian lồng lộng.

Thế rồi cuối mùa hè năm 1986, Thầy gặp Sư Ông Làng Mai qua Bắc Mỹ mở khóa quán niệm cho thiền sinh Hoa Kỳ. Sư Ông thấy Thầy mỏi mệt với công phu để tác thành định huệ lực. Sư Ông bảo: Thầy Giác Thanh à! Thầy hãy bỏ hết chuyện công phu nặng nhọc ấy đi. Hãy đi dạo với tôi. Thầy nhìn kìa lá phong mùa này đang chuyển từ màu vàng sang màu đỏ, đẹp vô cùng. Sự sống là như vậy, mầu nhiệm như vậy, nó chưa từng sinh và chưa từng diệt. Hãy nhìn và tiếp nhận sự sống như chính nó đi.' Lời khai thị của Sư Ông như giọt nước làm tràn ly đầy, như tiếng sét xé tan màn mây, lộ ra khung trời trong bát ngát. Từ đó Thầy dừng lại cuộc tìm kiếm qua cách thế dụng công.

Khóa tu mùa hè năm 1990, tại Làng Mai thiền sinh Âu Mỹ được tiếp xúc với vị thầy Việt Nam mới có mặt ở Làng. Vị ấy là Thầy Giác Thanh. Nụ cười Thầy biểu lộ niềm bình an và tỉnh lạc đã có mặt từ bên trong. Vào năm 1991, Thầy về hẳn bên Làng Mai sống hạnh phúc bên cạnh cây lão sồi, làm cây sồi anh che chắn gió mưa cho các cây sồi em thêm bụ bẫm. Thuở ấy cộng đồng Phật tử Việt ở châu Âu, nhất là ở thiền đường Hoa Quỳnh, Paris, quen gọi Thầy bằng cái tên rất thơ là Thầy Hoa Quỳnh. Dĩ nhiên đây là tên gọi vì Thầy làm giáo thọ phụ trách và hướng dẫn sự tu tập nơi này. Nhưng một mặt khác đây cũng là tên gọi xứng với phong cách tinh khiết và thầm lặng tỏa hương của Thầy. Cuối năm 1991, Thầy được truyền đăng làm giáo thọ. Pháp kệ Sư Ông Làng Mai trao cho Thầy trong lễ truyền đăng:

Giác tánh nguyên thường tánh
Thanh âm diễn Diệu âm
Biển Tỳ Lô trăng sáng
Sóng nhạc vẫn trầm hùng.

Và đây là bài kệ Thầy trình trước Sư Ông và đại chúng nhân dịp lễ truyền đăng:

Vô Tướng

Bình nước trắng bên này,
Bình nước tiểu bên kia
Sẽ đi về trời mây,
Biển cả với sông ngòi.
Mặt trời sáng ban ngày,
Mặt trăng soi ban đêm
Chỉ rõ lối đi về.
Đường ta đi thênh thang.

Làng Mai đối với Thầy Giác Thanh là chiếc nôi nuôi lớn hạnh phúc cho mình, cho người, nơi gieo hạt mầm hiểu biết thương yêu cho nhiều thế hệ, nhiều quốc gia. Thầy viết một bài thơ 'Thấu Thể' đề: 'Riêng tặng Ân Sư' để nói lên lòng kính trọng và khuất phục đến Sư Ông Làng Mai:

Một cái nhìn chớp nhoáng
Xô ngã mấy trường thành
Con cuối đầu tiếp nhận
Đời đời nguyện chẳng quên.

Sư Ông đã cất cho Thầy chiếc thất gỗ xinh xắn bên bìa rừng gần thất Ngồi Yên của Sư Ông. Thất Thầy quanh năm rộn rã tiếng chim và đong đưa sắc hoa bìm tim tím. Thầy đã từng chọn cho mình cái tên Phù Vân cốc. Từ đây vùng trời tâm linh không gian lồng lộng. Thầy đã có những bước chân thong dong và vững chãi, rồi cũng từ ấy nụ cười và tiếng nói mang tặng được cho thiền sinh phẩm chất của sự an lạc sâu hơn. Và nhờ vậy chuyến hoằng pháp của Thầy vào năm 1992 với các khóa tu mở ra cho các tăng thân miền đông Bắc Mỹ đã thành công thật lớn. Có thể nói không sợ sai lầm rằng trên bước đường hoằng pháp, Thầy đi đến các nơi như Pháp, Mỹ, Úc, Canada . . . mở các khóa tu, hướng dẫn thiền sinh, thành lập các tăng thân từ năm 1992 đến 1995, cho đến khi về trụ tại Rừng Phong năm 1998, rồi về Lộc Uyển năm 2000 và mãi đến khi thu thần tịch diệt, nơi nào có bước chân Thầy đi qua, thiền sinh đều cảm nhận được năng lượng ngọt ngào, tươi mát, an lạc, thảnh thơi của Thầy tỏa ra, và họ đã dành cho Thầy tất cả niềm thương yêu và kính trọng.

Mùa thu năm 1995, cơn bệnh tiểu đường, gan và phổi tiềm phục lâu năm nay bắt đầu phát tác. Thầy đã sống với cơn bệnh từ năm 1992, cũng có thể trước đó. Thầy đã dùng hơi thở mình ôm ấp và làm dịu đi cơn bệnh. Thầy đã bảo bọc thương yêu nó như một bà mẹ, không hề trách cứ phiền hà con, cho dù con có hoang nghịch ra sao. Người xưa lắm vị gặp chướng duyên, thân kề cái chết đã nỗ lực dụng công nên một đời liễu quyết được đại sự. Thầy thân mang trọng bệnh, tâm vẫn cứ an nhiên, và nhất là những lời thơ cuối được viết từ năm 1997 trở về sau đã gây được niềm tin lớn cho Phật tử.

Bước chân trên đất thực
Hoa thắm nở ngàn nơi
Chỉ một niệm chiếu soi
Siêu nhiên ngoài ba cõi.

Và bài '*Ánh Sáng Của Mùa Đông*' như một bản tuyên ngôn hùng tráng của người đã về:

Đối diện cùng tuyết trắng
Bỗng dưng tôi biến mất
Và cả một vũ trụ
Trở thành ánh sáng của tự tâm.

Năm 1997, Thầy Giác Thanh được đề cử làm Giáo Thọ hướng dẫn việc tu học tại tu viện Rừng Phong và đạo tràng Thanh Sơn ở Vermont.

Thầy đã tặng những bước chân vững chãi và hạnh phúc của mình cho tất cả thầy, cô và Phật tử về tu học nơi đây. Vào năm 2000, Thầy cùng một số người trong tăng thân Làng Mai chọn đất Lộc Uyển, rồi được Sư Ông suy cử chức trụ trì Lộc Uyển Tự, Đại Ẩn Sơn. Thầy đã biết đây là chốn an trụ cuối cùng của cuộc đời nên muốn đem hết hơi tàn để đền ơn bậc đạo sư mà mình qúy trọng nhất. Thế nhưng lần này cơn bệnh ngang bướng không thỏa hiệp và cuối cùng như mọi hiện tượng sinh diệt của nhân gian, Thầy đã trả hình hài sương khói về cho mộng huyễn. Các bậc thánh La Hán khi thu thần nhập niết bàn từng tuyên bố: 'Việc đáng làm đã làm xong'. Thầy đã về Lộc Uyển vào đầu hè năm 2000 và đã ra đi vào mùa thu năm 2001. Ngày tháng lưu ngụ nơi này thật ngắn so với tuổi thọ trung bình của một đời người và phù du biết mấy khi so với tuổi thọ của trăng sao. Thế nhưng điều Thầy đã làm được lớn vô vàn và đã đi vào bao nhiêu tấm lòng của người còn ở lại. Một giọng nói hiền hòa, chậm rãi đầy thương yêu, một nụ cười an lạc cho đến phút giây cận kề thần chết, một cái nhìn sắc bén trí tuệ thâm sâu và mênh mông từ ái, những bước chân an bình diễn đạt nội tâm 'đã về, đã tới'. Đó là món quà lớn lao nhất Thầy tặng cho các sư em và cho tất cả tăng thân có mặt nhiều nơi trên thế giới.

Thầy quả xứng đáng vị giáo thọ của các thiền sinh Âu, Mỹ và Việt. Tuy Thầy có ra đi nhưng Thầy đã hóa thân vào trong họ. Lời Thầy đã làm hành trang cho họ để họ đi vào tự thân trí tuệ, và tự thân của hạnh phúc và thương yêu. Nhất là những bài pháp thoại cuối cùng, Thầy gượng dậy giữa cơn đau thuyết cho thính chúng tại thiền đường Trăng Rằm Lộc Uyển Tự. Ôi! Lời Thầy sao mà sâu sắc đến vậy. Thầy là một sư anh lớn được thương quý nhất trong lòng các sư em hiện tại. Ở đây mỗi sư em nhớ về Thầy một cách khác nhau. Thầy như người anh chở che, đôi khi nghiêm khắc, như vị thầy từ ái, như mẹ hiền vỗ về, như người chị chăm sóc thương yêu, như người bạn mở lòng ra cho mình tâm sự. Thầy đã cho các sư em hết cả tấm lòng thương yêu mà mình có. Thầy như cánh đồng đầy hoa thơm cỏ lạ và cũng có nhiều loại hoa mộc mạc, bình dị, đơn sơ để các em dạo chơi tùy thích. Đến với Thầy, các em thấy mình mất hút và hòa tan như con nước sông hòa tan vào

biển lớn. Các sư em nghĩ sẽ khó mà có được một sư anh đáng quý như
Thầy. Bài thơ cho các sư em Thầy viết:

Xin đừng la rầy trách mắng các em tôi
Vì sợ rằng màu xám của buồn đau
Sẽ phủ vây những mảnh hồn trong suốt tinh anh.

Thầy cũng là một học trò đạo nghĩa thật sâu. Niềm hiếu kính đối
với Sư Ông Làng Mai nơi Thầy thâm thẳm. Thầy cũng tròn ân đối với
vị ân sư khơi mở bước đầu trên con đường tâm linh khi ngài có dịp đặt
chân lên đất Mỹ vào tháng 10 năm 2000. Thầy đã cùng một số sư em,
Phật tử và tăng thân nam bắc Cali hỗ trợ và tổ chức các buổi thuyết
pháp của Hòa thượng Trúc Lâm bình yên trên vùng nam Cali. Việc
Thầy làm đã thành công kỳ diệu nhưng cũng thầm lặng nào ai biết.

Đối với bạn hữu và người thân ngoài đời hay trong đạo Thầy cư xử
rất trọn tình. Lần đầu tiên về thăm lại quê hương Việt Nam vào năm
1992, bạn bè rất ngỡ ngàng vì Thầy quá bình dị. Không ngờ Thầy
đã sống nhiều, đã kinh qua niềm đau nỗi khổ, trải nghiệm lắm truân
chuyên và hiểu biết rộng sâu bởi đã học hỏi thân cận các bậc đạo sư
lớn, thế mà khiêm tốn và bình thường đến dễ thương như vậy. Khoác
chiếc áo Tiếp Hiện, đeo túi vải thô lỏng thỏng trên vai, không kẻ đón
người đưa, không kiêu xa, không hình thức của kẻ 'áo gấm về làng'.
Cũng nụ cười mỉm mỉm và nhẹ nhàng, Thầy đi qua các chướng ngại
mang tin vui vật chất và niềm tịnh lạc của pháp hành về tặng cho một
số đông người ở quê hương. Ngoài việc chung là vậy, Thầy đã dành
thì giờ thăm lại bạn bè xưa. Những bạn tu đón Thầy bồi hồi xúc động.
Bạn bè nhân gian chảy nước mắt, mừng mừng chẳng biết nói chi.
Người thân trong gia đình bàng hoàng như gặp Thầy trong cơn mơ.
Sau đó Thầy lên đường về Mỹ. Trước khi về Thầy tìm mua bộ đồ trà
mình yêu thích nhất, gói ghém thật gọn mang về để trân trọng tặng
bạn thân. Bằng hữu của Thầy hiện tại nơi đây không đếm được bao
nhiêu, nhưng nhìn sự thương quý của họ đối với Thầy đủ biết được
tình Thầy trao cho họ.

Lần về thăm quê hương thứ hai vào năm 1999, Thầy bảo các bạn: 'Mình về thăm lần này là lần cuối, chắc mình không về được nữa đâu.' Lời nói tưởng chừng đùa ai ngờ đâu sự thật. Lần này một người bạn thân thuở nhỏ đã giúp Thầy hoàn thành những gì cần giúp đỡ đối với người thân trong gia đình trước lúc đi xa.

Thầy đã đến và đi trong cuộc đời này đẹp như thế đó. Sống kiêu hùng và cũng khiêm cung, phong lưu nhưng cũng chắt chiu từng đồng tình nghĩa. Cuộc đời Thầy như đóa quỳnh tinh khiết nở trong đêm.

Phút cận tử mắt nhắm nghiền tưởng chìm vào cõi vĩnh hằng, ấy thế mà khi nghe pháp ngữ của Sư Ông Làng Mai từ Bắc Kinh gọi về khai thị, Thầy đã mỉm cười, mặt tươi hồng và mở mắt ra, thần thái tinh anh rạng rỡ:

Trượng phu tiếng đã biết
Việc đáng làm đã làm
Tháp vừa dựng sườn núi
Tiếng cười trẻ đã vang.

Ngoài ra Sư Ông còn làm hai câu đối tặng Thầy:

Một lá ngô đồng rơi, người vẫn cùng ta leo đồi thế kỷ,
Ngàn hoa thủy tiên hé, đất cứ theo trời hát khúc vô sinh.

Người xưa khi nói câu: 'Việc đáng làm đã làm' hẳn sẽ không còn tái hiện nhân thân trong cuộc đời vô thường nữa. Tuy nhiên kẻ trượng phu ra vào tự tại, đến đi thong dong, quả đại giác chưa tròn tức sẽ tái lai hành Bồ Tát đạo. Xin nguyện trăm kiếp nghìn đời luôn cùng Thầy làm bạn pháp.

Lộc Uyển Tự Đại Ẩn Sơn,
19/10/2001
Thích Phước Tịnh

Parallax Press, a nonprofit organization, publishes books on engaged Buddhism and the practice of mindfulness by Thich Nhat Hanh and other authors. All of Thich Nhat Hanh's work is available at our online store and in our free catalog. For a copy of the catalog, please contact:

Parallax Press
P.O. Box 7355
Berkeley, CA 94707
Tel: (510) 525-0101
www.parallax.org

Monastics and laypeople practice the art of mindful living in the tradition of Thich Nhat Hanh at retreat communities worldwide. To reach any of these communities, or for information about individuals and families joining for a practice period, please contact:

Plum Village
13 Martineau
33580 Dieulivol, France
www.plumvillage.org

Magnolia Grove Monastery
123 Towles Rd.
Batesville, MS 38606
www.magnoliagrovemonastery.org

Blue Cliff Monastery
3 Mindfulness Road
Pine Bush, NY 12566
www.bluecliffmonastery.org

Deer Park Monastery
2499 Melru Lane
Escondido, CA 92026
www.deerparkmonastery.org

The Mindfulness Bell, a journal of the art of mindful living in the tradition of Thich Nhat Hanh, is published three times a year by Plum Village. To subscribe or to see the worldwide directory of Sanghas, visit www.mindfulnessbell.org